Chúc Con Những Giấc Mơ Đẹp!
Sweet Dreams, My Love!

Shelley Admont
Minh họa bởi Kate Ratner

www.kidkiddos.com
Copyright ©2020 by KidKiddos Books Ltd.
support@kidkiddos.com

All rights reserved. No part of this book may be reproduced in any form or by any electronic or mechanical means, including information storage and retrieval systems, without written permission from the publisher, except in the case of a reviewer, who may quote brief passages embodied in critical articles or in a review.
First edition

Translated from English by Trang Nguyen
Chuyển ngữ từ bản tiếng Anh bởi Nguyễn Trang

Library and Archives Canada Cataloguing in Publication
Sweet Dreams, My Love (Vietnamese English Bilingual Edition)/ Shelley Admont
ISBN: 978-1-5259-4369-0 paperback
ISBN: 978-1-5259-4370-6 hardcover
ISBN: 978-1-5259-4368-3 eBook

Please note that the Vietnamese and English versions of the story have been written to be as close as possible. However, in some cases they differ in order to accommodate nuances and fluidity of each language.

Buổi tối đến rồi. Mặt trời đã lặn và bầu trời tối dần.
Evening came. The sun went down and it became dark.

"Đến giờ đi ngủ rồi Alice ơi," Mẹ nói.
"It's time to sleep, Alice," Mom said.

Alice vẫn đang nhảy trên giường của mình. Cô bé phàn nàn: "Con chưa muốn đi ngủ đâu! Con không mệt chút nào Mẹ ạ! Sao con cứ phải đi ngủ vậy?"
Alice was jumping on her bed. "I don't want to go to bed yet!" she complained. "I'm not tired at all, Mom! Do I have to sleep?"

Mẹ vỗ đầu Alice và nhẹ nhàng nói: "Bây giờ con cần đi ngủ. Giấc ngủ sẽ giúp con khỏe khoắn và tràn đầy năng lượng vào ngày mai."

Mom patted her head and said gently, "You need to go to sleep now. It will help you be strong and full of energy tomorrow."

Alice đồng ý và gật đầu.

Alice agreed and nodded her head.

Mẹ hỏi: "Vậy con đã sẵn sàng đi ngủ chưa nào?"

"So are you ready for bed?" Mom asked.

"Con nghĩ là rồi ạ," Alice trả lời và nhún vai.

"I think so," Alice answered, shrugging her shoulders.

"Để Mẹ xem nào," Mẹ nói. Mẹ ngồi lên giường và ôm lấy cô con gái nhỏ.

"Let's see," said Mom. She sat on the bed and cuddled her daughter.

"Con đã tắm chưa nhỉ?"
"Did you take a bath yet?"

"Ồ, rồi ạ!", Alice trả lời, "Nước rất ấm và tắm rất vui. Có rất nhiều bong bóng đầy màu sắc bay khắp phòng tắm! Rồi mẹ còn hát cho con nghe và cả hai mẹ con mình cùng cười nữa. Mẹ nhớ không ạ?"
"Oh, yes!" answered Alice, "it was very warm and fun. There were lots of colorful bubbles flying all over the bathroom! Also, you sang me a song and we both laughed, remember, Mom?"

Mẹ cười nói: "Mẹ nhớ chứ, con yêu. Con có một vài bong bóng ở trên mũi nữa, vui thật đấy."

Mom smiled. "I remember, sweetie. You had some fluffy foam on your nose, it was so funny."

Mẹ cười khúc khích và chạm vào mũi của Alice.

She giggled and touched Alice's nose.

"Vậy còn đồ ngủ thì sao nhỉ? Con đã thay đồ ngủ chưa?", Mẹ hỏi tiếp.

"Now, how about your pajamas? Did you put them on?" continued Mom.

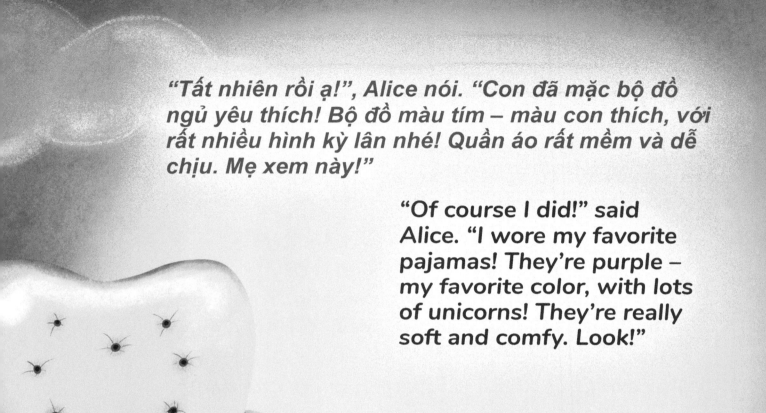

"Tất nhiên rồi ạ!", Alice nói. "Con đã mặc bộ đồ ngủ yêu thích! Bộ đồ màu tím – màu con thích, với rất nhiều hình kỳ lân nhé! Quần áo rất mềm và dễ chịu. Mẹ xem này!"

"Of course I did!" said Alice. "I wore my favorite pajamas! They're purple – my favorite color, with lots of unicorns! They're really soft and comfy. Look!"

"Mẹ thấy rồi," Mẹ nói. "Mẹ hy vọng là con có nhớ đánh răng."

"I see," said Mom. "I hope you remembered to brush your teeth."

Mẹ hôn lên trán Alice và ôm cô bé chặt hơn.

She kissed Alice on the forehead and hugged her tighter.

Alice cười và khoe hàm răng trắng sáng của mình.
Alice smiled and showed off her white, shiny teeth.

"Chắc chắn con đã đánh răng," cô bé nói. "Hôm nay con dùng kem đánh răng vị dâu tây. Lúc đầu, con muốn thử kem đánh răng mới vị bạc hà mà mẹ mua, nhưng sau đó con quyết định dùng vị dâu tây."
"I sure did," she said. "I used my strawberry toothpaste today. At first, I wanted to try the new mint toothpaste you bought, but then I decided to use the strawberry one instead."

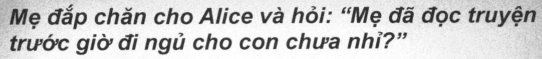

Mẹ đắp chăn cho Alice và hỏi: "Mẹ đã đọc truyện trước giờ đi ngủ cho con chưa nhỉ?"

Mom covered Alice with a blanket and asked, "Have I read you a bedtime story yet?"

"Rồi ạ. Mẹ không nhớ à? Câu chuyện về chú thỏ nhỏ Jimmy và các anh trai," Alice trả lời.

"Yes, Mom. Don't you remember? It was about Jimmy, the little bunny and his brothers," Alice answered.

"Đó là vào ngày sinh nhật Thỏ Mẹ và các chú thỏ con muốn tặng quà cho Thỏ Mẹ. Các chú đã nấu món ăn Thỏ Mẹ thích và làm một chiếc thiệp xinh xắn nữa."

"It was their mom's birthday and they wanted to make her a birthday present. They cooked her favorite food and made her a beautiful card."

Mẹ vỗ nhẹ đầu Alice và thì thầm, "Vậy là con đã tắm này…"

Mom patted her head and quietly whispered, "So you already took a bath…"

"Vâng ạ, với bong bóng đủ màu sắc," Alice vừa nói vừa kéo chăn lên.

"Yes, with colorful bubbles," added Alice, pulling up her blanket.

"Và con đã thay đồ ngủ này…", Mẹ nói tiếp, hôn vào mũi cô bé.

"And you put on your pajamas…" continued Mom, kissing her nose.

"Bộ đồ ngủ màu tím của mình," Alice
nói thầm.

"My purple pajamas," said Alice,
murmuring.

"Con đã đánh răng này…", *Mẹ thầm thì.*
"You brushed your teeth…" whispered Mom.

"Với…kem đánh răng…vị dâu tây…", *Alice nói, từ từ*
nhắm mắt lại.
"With… strawberry… toothpaste…" said Alice,
slowly closing her eyes.

"Và chúng ta đã cùng đọc truyện trước giờ đi ngủ…",
Mẹ nói.
"And we read a bedtime story…" Mom finished.

"Vâng ạ…", Alice vừa nói vừa ngáp to.
"Yes…" Alice yawned loudly.

Mẹ tắt bớt đèn trong phòng. "Vậy là đã xong mọi việc nhỉ," Mẹ nói.

Mom dimmed the lights in the room. "So there's nothing left to do," she said.

Mẹ ơi, còn nụ hôn chúc ngủ ngon nữa ạ?",
Alice mở mắt hỏi.

"What about a goodnight kiss?" asked
Alice, opening one eye.

Mẹ cười và hôn lên trán cô bé. "Nụ hôn dành cho con đây," Mẹ nói.

Mom smiled and kissed her on her forehead. "Here's your kiss," she said.

"Mẹ hôn ở đây nữa," Alice chỉ vào mũi. "Và đây nữa…và đây nữa…"

"One more kiss here," Alice pointed to her nose. "And here… and here…"

"Một cái hôn lên má phải này, một cái lên má trái này, và nhiều nụ hôn lên mũi để chắc rằng con sẽ có một giấc ngủ ngon nhé," Mẹ nói, hôn nhẹ lên khắp mặt Alice.

"One on the right cheek, one on the left cheek, and more kisses on your nose to make sure you sleep well," Mom said, covering her face with soft kisses.

"Chúc con có những giấc mơ đẹp, Alice! Mẹ yêu con và mãi mãi yêu con. Giờ thì nhắm mắt lại và mơ một giấc mơ đẹp, con nhé!"

"Sweet dreams, Alice. I love you and always will. Now close your eyes and have a beautiful dream."

"Con mơ về kỳ lân, mẹ nhé?", Alice nhắm mắt và thủ thỉ.

"About unicorns?" mumbled Alice, her eyes fully closed.

"Con có thể mơ về kỳ lân," Mẹ nói.

"Maybe about unicorns," said Mom.

Alice thì thầm: *"Và về những đám mây mềm mượt ạ?"*
"And fluffy clouds?" Alice whispered.

"Đúng thế, và về những đám mây mềm mượt," Mẹ trả lời.
"Yes, and fluffy clouds," Mom answered.

"Và còn cầu vồng nữa ạ?" Alice nói nhỏ hơn.
"How about rainbows?" Alice added even more softly.

"Và cả cầu vồng nữa," Mẹ nói. *"Chúc ngủ ngon, con yêu!*
Chúc con có những giấc mơ đẹp!"
"And rainbows, too," Mom said. "Goodnight, my love.
Sweet dreams."

Printed in the USA
CPSIA information can be obtained
at www.ICGtesting.com
LVHW070613051224
798321LV00012B/184